Impressum
Verlag: BABADADA GmbH, Nedderfeld 112 , 22529 Hamburg
Geschäftsführer / Verlagsleitung: Harald Hof
Druck: Books on Demand GmbH, In de Tarpen 42, 22848 Norderstedt

Imprint
Publisher: BABADADA GmbH, Nedderfeld 112 , 22529 Hamburg, Germany
Managing Director / Publishing direction: Harald Hof
Print: Books on Demand GmbH, In de Tarpen 42, 22848 Norderstedt

trường học

escola

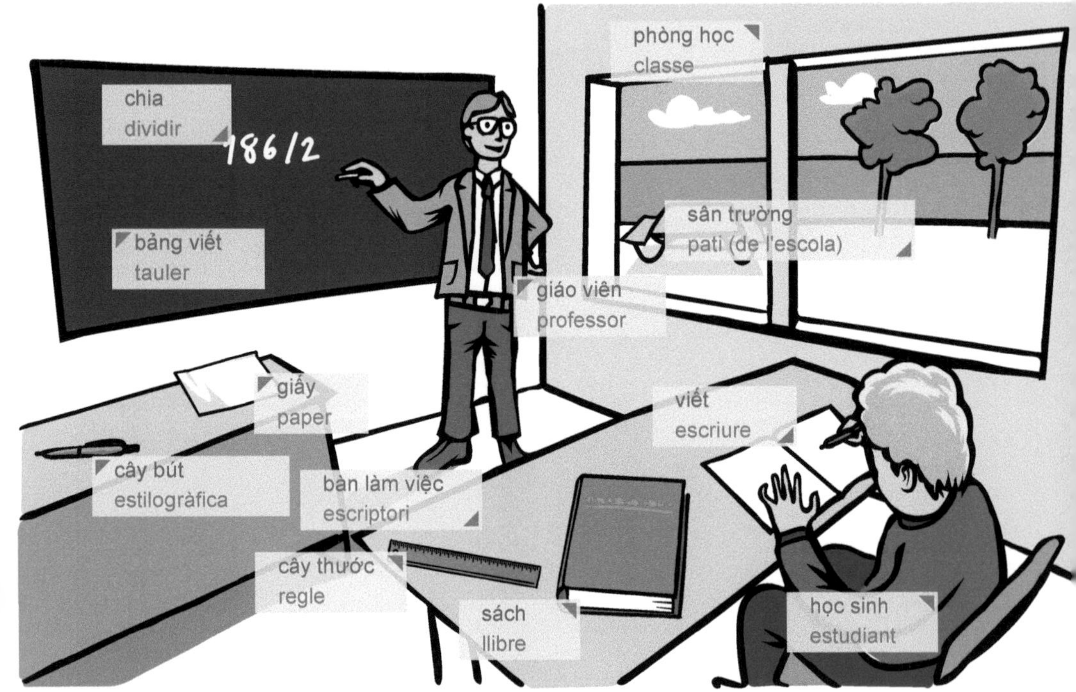
phòng học
classe
chia
dividir
186/2
bảng viết
tauler
sân trường
pati (de l'escola)
giáo viên
professor
giấy
paper
viết
escriure
cây bút
estilogràfica
bàn làm việc
escriptori
cây thước
regle
sách
llibre
học sinh
estudiant

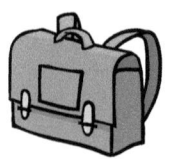

cặp đeo vai học sinh

bossa

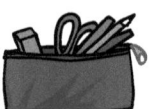

hộp đựng bút

estoig

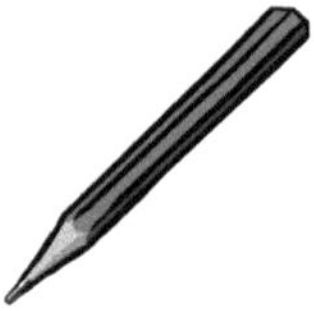

bút chì

llapis

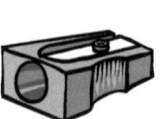

cái gọt bút chì

maquineta de fer punta

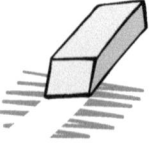

cục tẩy

goma

tập giấy vẽ

bloc de dibuix

bản vẽ
....
dibuix

cọ vẽ
....
pinzell

hộp mực vẽ
....
capsa de pintures

cây kéo
....
tisores

keo dán
....
cola

sách bài tập
....
quadern d'exercicis

bài tập ở nhà
....
deures

số
....
nombre

cộng
....
afegir

trừ
....
sostreure

nhân
....
multiplicar

tính toán
....
calcular

chữ cái
....
lletra

bảng chữ cái
....
alfabet

từ
....
mot

văn bản
text

đọc
llegir

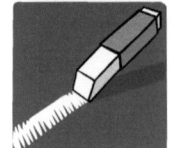

phấn viết
guix

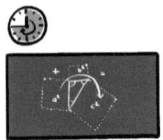

bài học
lliçó

sổ lớp
llibre de classe

thi kiểm tra
examen

chứng chỉ
certificat

đồng phục học sinh
uniforme escolar

giáo dục
formació

từ điển bách khoa
enciclopèdia

đại học
universitat

kính hiển vi
microscopi

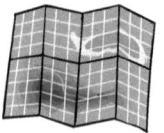

bản đồ
mapa

thùng rác giấy
paperera

du lịch
viatge

khách sạn
hotel
Grand
nhà trọ
alberg
ROOMS
quầy đổi tiền
oficina de canvi
EXCHANGE
va li
maleta
xe ô tô
automòbil

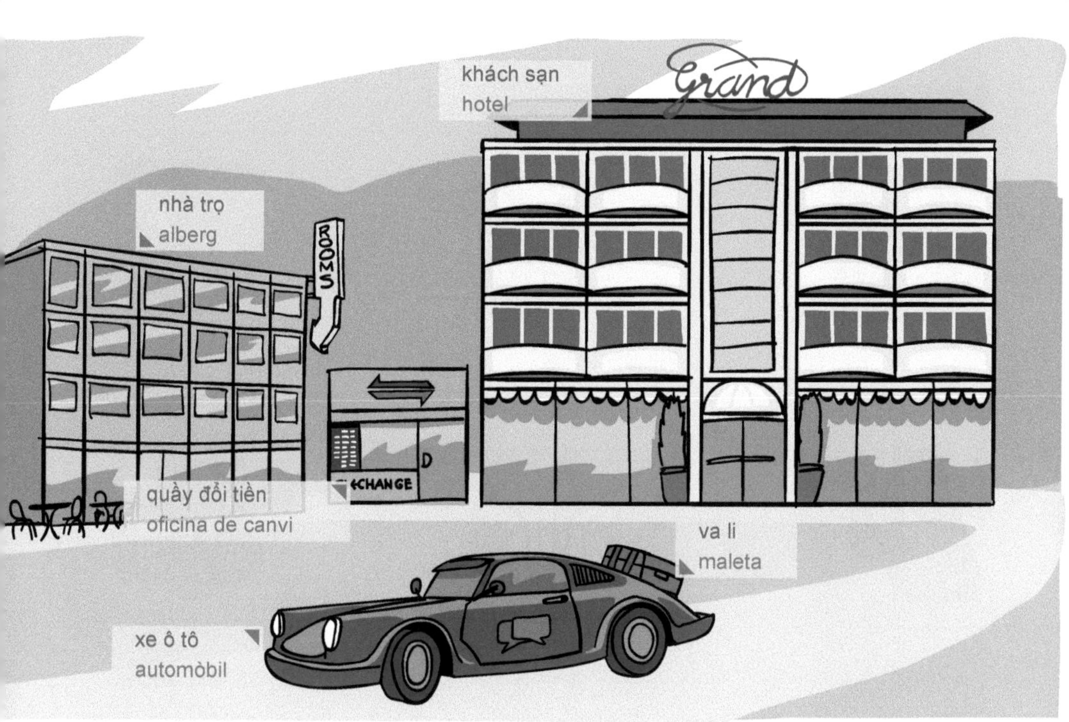

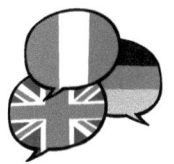

ngôn ngữ

llengua

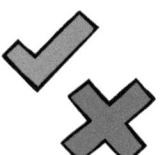

có / không

sí / no

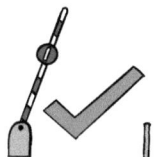

ô kê

D'acord

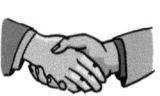

Xin chào

Ey!

thông dịch viên

traductora

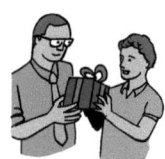

cám ơn

gràcies

... bao nhiêu tiều?

Quant costa... ?

tôi không hiều

No entenc

vấn đề

problema

Xin chào! (buổi tối)

Bona nit!

xin chào! (buổi sáng)

bon dia!

chúc ngủ ngon!

bona nit!

tạm biệt

fins aviat

hướng đi

direcció

hành lý

bagatge

túi xách

bossa

túi ba lô

sarrona

khách

convidat

phòng

cambra

túi ngủ

sac de dormir

lều

tenda

thông tin du lịch

oficina de turisme

bãi biển

platja

thẻ tín dụng

carta de crèdit

ăn sáng

esmorzar

ăn trưa

dinar

ăn tối

sopar

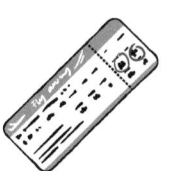

vé xe

bitllet

thang máy

ascensor

tem bưu điện

segell

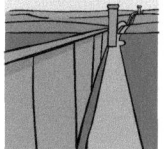

biên giới

frontera

hải quan

duana

đại sứ quán

ambaixada

thị thực

visat

hộ chiếu

passaport

vận chuyển

transport

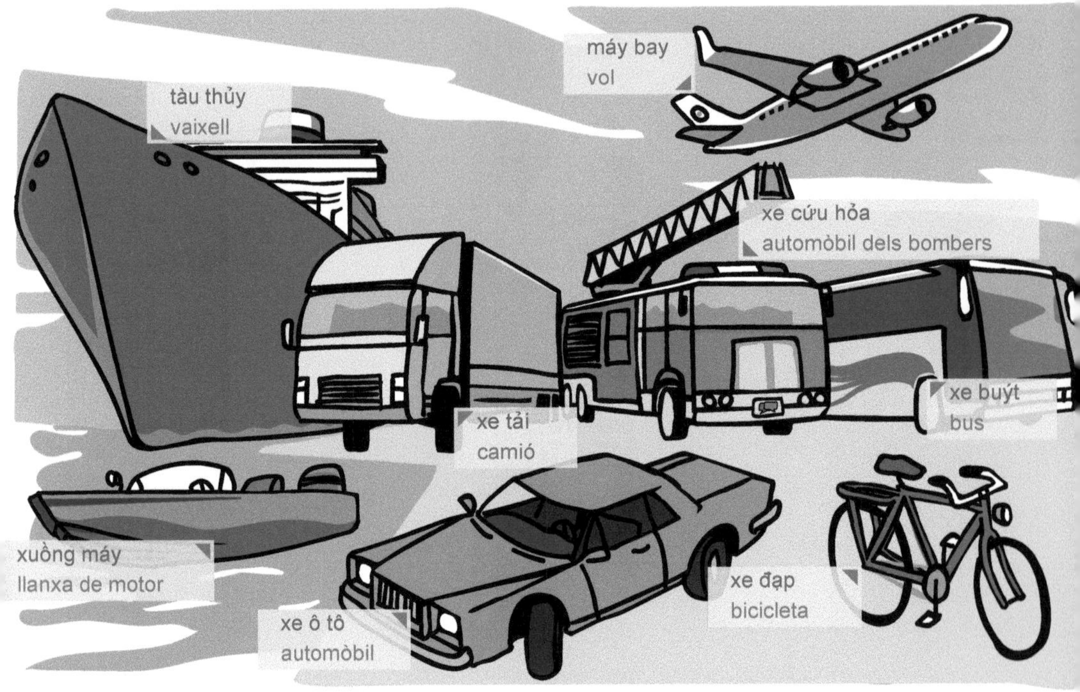

máy bay
vol
tàu thủy
vaixell
xe cứu hỏa
automòbil dels bombers
xe buýt
bus
xe tải
camió
xuồng máy
llanxa de motor
xe đạp
bicicleta
xe ô tô
automòbil

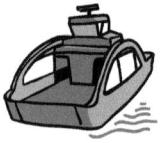

phà

transbordador

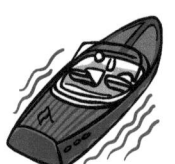

xuồng

barca

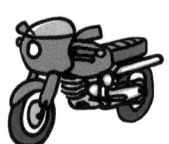

xe máy

moto

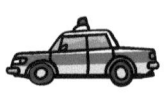

xe cảnh sát

automòbil de policia

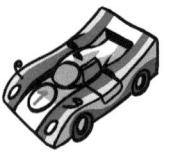

xe đua

automòbil de curses

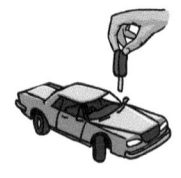

xe cho thuê

automòbil de lloguer

dịch vụ thuê xe tự lái

vehicle compartit

xe kéo cứu hộ

grua

xe rác

camió de les escombraries

động cơ

motor

xăng

benzina

trạm xăng

benzineria

biển báo giao thông

senyal de trànsit

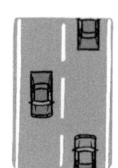

giao thông

trànsit

ách tắc giao thông

embús

bãi đậu xe

aparcament

nhà ga

estació de trens

đường ray

vies

xe lửa

tren

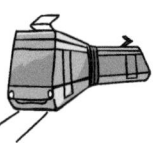

tàu điện

tramvia

toa xe

vagó

máy bay trực thăng

helicòpter

sân bay

aeroport

tháp

torre

hành khách

passatger

côngtenơ

contenidor

thùng các-tông

capsa de cartó

xe đẩy

carretó

cái giỏ

cistella

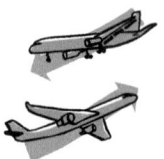

cất cánh / hạ cánh

enlairar-se / aterrar

thành phố

ciutat

làng

poble

trung tâm thành phố

centre de la ciutat

nhà

casa

rạp chiếu phim
cinema

quảng cáo
anunci

đèn đường
fanal

CINEMA

đường phố
carrer

taxi
taxista

quán ăn nhẹ
quiosc

người đi bộ
pedestre

vỉa hè
vorera

phần đường có vạch cho người đi bộ
pas de zebra

thùng rác lớn
alleda d'escombraries

ngã tư giao thông
encreuament

đèn hiệu giao thông
semàfor

nhà chòi

cabana

căn hộ

apartament

nhà ga

estació de trens

tòa thị chính

casa de la vila-ciutat

viện bảo tàng

museu

trường học

escola

đại học

universitat

ngân hàng

banca

bệnh viện

hospital

khách sạn

hotel

hiệu thuốc

farmàcia

văn phòng

oficina

hiệu sách

llibreria

cửa hiệu

botiga

cửa hiệu bán hoa

floristeria

siêu thị

supermercat

chợ

mercat

cửa hàng bách hóa

gran magatzem

người bán cá

peixateria

trung tâm mua bán

centre comercial

bến cảng

port

công viên

parc

ghế băng

banc

cầu

pont

cầu thang

escala

tàu điện ngầm

metro

đường hầm

túnel

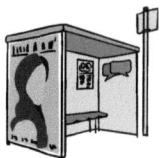

trạm xe buýt

parada d'autobús

quán bar

bar

khách sạn

restaurant

hòm thư công cộng

bústia de correu

bảng hiệu đường

senyal indicador

đồng hồ đậu xe

parquímetre

vườn bách thú

zoo

bể bơi

piscina

nhà thờ Hồi giáo

mesquita

nông trại
granja

ô nhiễm môi trường
pol·lució

nghĩa trang
cementiri

nhà thờ
església

sân chơi
parc infantil

ngôi đền
temple

phong cảnh
paisatge

lá cây
fulla

bảng chỉ đường
cartell indicador

lối đi
camí

bãi cỏ
prat

hòn đá
pedra

cây
arbre

người đi bộ đường dài
excursionista

sông
riu

cỏ
gespa

bông hoa
flor

thung lũng

vall

đồi

muntanya

hồ nước

llac

rừng

bosc

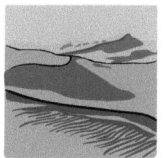

sa mạc

desert

núi lửa

volcà

lâu đài

castell

cầu vồng

arc de Sant Martí

nấm

bolet

cây cọ

palmera

con muỗi

moscard

con ruồi

mosca

con kiến

formiga

con ong

abella

con nhện

aranya

bọ cánh cứng

escarabat

con ếch

granota

con sóc

esquirol

con nhím

eriçó

con thỏ

llebre

con cú

òliba

con chim

ocell

thiên nga

cigne

heo rừng

senglar

con hươu

cervo

nai sừng tấm

ant

đê

presa

tuabin gió

turbina

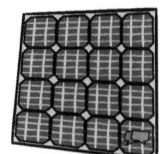

tấm năng lượng mặt trời

panell solar

khí hậu

clima

phong cảnh - paisatge

khách sạn
restaurant

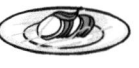

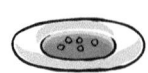

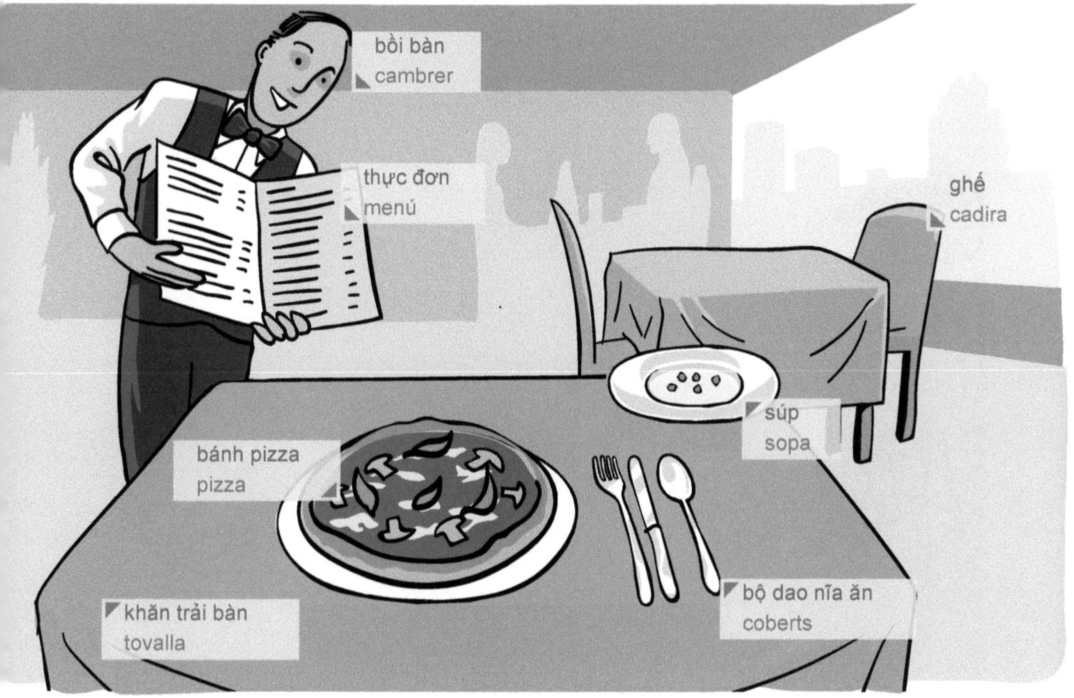
bồi bàn
cambrer
thực đơn
menú
ghế
cadira
súp
sopa
bánh pizza
pizza
khăn trải bàn
tovalla
bộ dao nĩa ăn
coberts

món ăn khai vị

primer plat

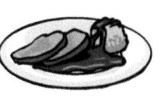

món ăn chính

plat principal

món tráng miệng

darreries

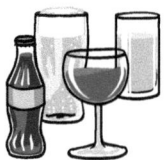

thức uống

begudes

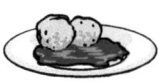

thức ăn

menjar

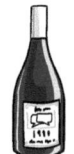

cái chai

ampolla

thức ăn nhanh

menjar ràpid

thức ăn đường phố

menjar de carrer

ấm trà

tetera

hộp đường

sucrer

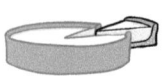

khẩu phần

porció

máy pha espresso

màquina d'espresso

ghế cao

trona

hóa đơn

factura

khay

plata

dao

ganivet

nĩa

forqueta

thìa

cullera

thìa uống trà

cullereta

khăn ăn

tovalló

cốc thủy tinh

got

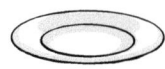

đĩa

plat

đĩa súp

plat de sopa

đĩa lót cốc

plateret

nước sốt

salsa

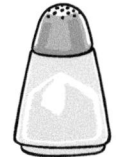

lọ muối

saler

cái xay tiêu

molinet de pebre

giấm

vinagre

dầu

oli

gia vị

espècies

nước xốt cà chua

quètxup

tương hạt cải

mostassa

nước sốt mayonnaise

maionesa

siêu thị

supermercat

chào giá đặc biệt
oferta especial
FOR
khách hàng
client
sản phẩm từ sữa
productes lactis
trái cây
fruites
xe đẩy mua sắm
carret de la compra

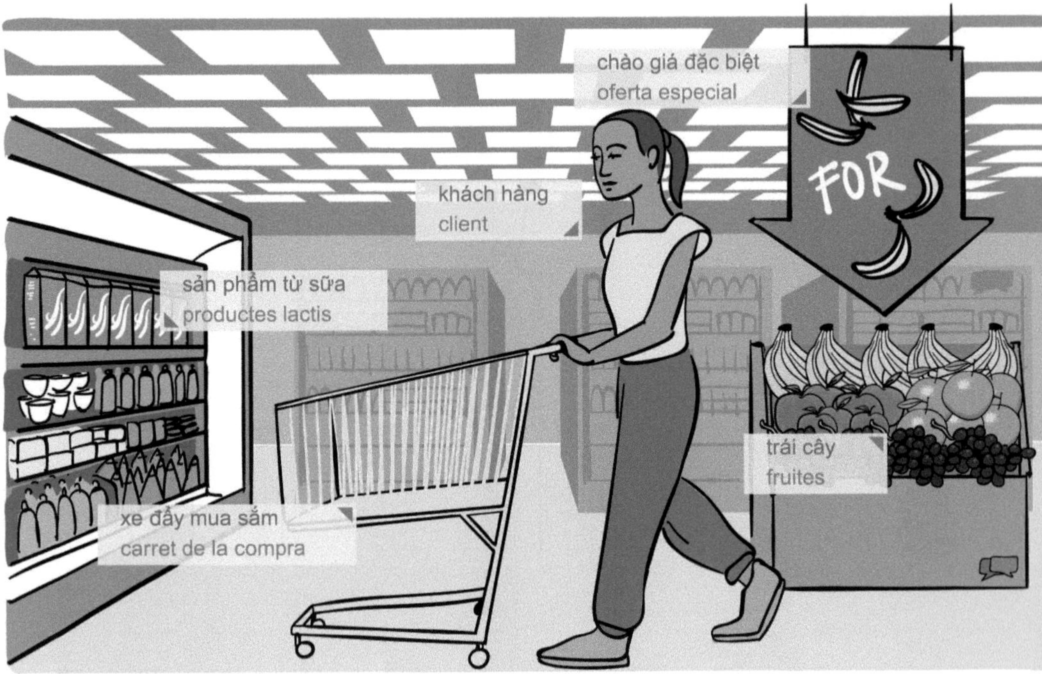

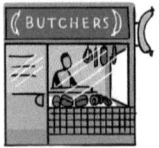

BUTCHERS

lò mổ

carnisseria

BAKERY

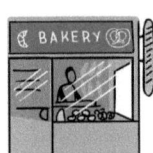

cửa hiệu bán bánh mì

forn de pa

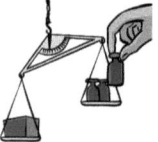

cân nặng

pesar

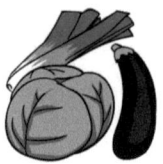

rau quả

verdures

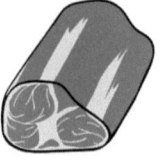

thịt

carn

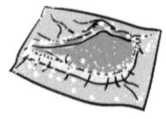

thức ăn đông lạnh

menjar congelat

lát thịt nguội
carn freda

đồ hộp
conserves

bột giặt
detergent en pols

đồ ngọt
dolços

sản phẩm dùng trong gia đình
articles domèstics

chất tẩy rửa
productes de neteja

người bán hàng
venedora

quầy trả tiền
caixa registradora

nhân viên thu ngân
caixera

danh sách mua sắm
llista de la compra

giờ mở cửa
horari d'obertura

ví tiền
portamonedes

thẻ tín dụng
carta de crèdit

túi đeo
bossa

túi ny lông
bossa de plàstic

thức uống

begudes

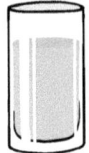

nước

aigua

nước quả ép

suc

sữa

llet

coca-cola

coca-cola

rượu vang

vi

bia

cervesa

cồn

alcohol

cacao

cacau

trà

te

cà phê

cafè

espresso

espresso

cappuccino

cappuccino

chuối

banana

quả táo

poma

quả cam

taronja

dưa hấu

síndria

chanh

llimona

cà rốt

pastanaga

tỏi

all

tre

bambú

củ hành

ceba

nấm

bolet

hạt dẻ

avellanes

mì

fideus

mì spaghetti

espaguetis

cơm

arròs

xà lách

amanida

khoai tây chiên

patates fregides

khoai tây chiên

patates fregides

bánh pizza

pizza

bánh hamburger

hamburguesa

bánh mì sandwich

entrepà

thịt côtlet

escalopa

thịt giăm bông

cuixot

xúc xích

salami

dồi

salsitxa

gà

pollastre

rán

rostit

cá

peix

cháo yến mạch

flocs de civada

cháo muesli

musli

bánh bột ngô nướng

cereals

bột mì

farina

bánh sừng bò

croissant

bánh mì

panet

bánh mì

pa

bánh mì nướng

torrada

bánh bích quy

bescuits

bơ

mantega

sữa đông

mató

bánh ngọt

pastís

trứng

ou

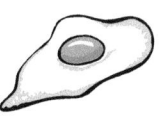

trứng rán

ou fregit

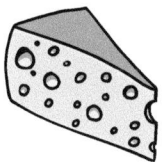

pho mát

formatge

kem
gelat

đường
sucre

mật ong
mel

mứt
melmelada

kem nougat
crema de xocolata

cà ri
curri

nông trại
granja

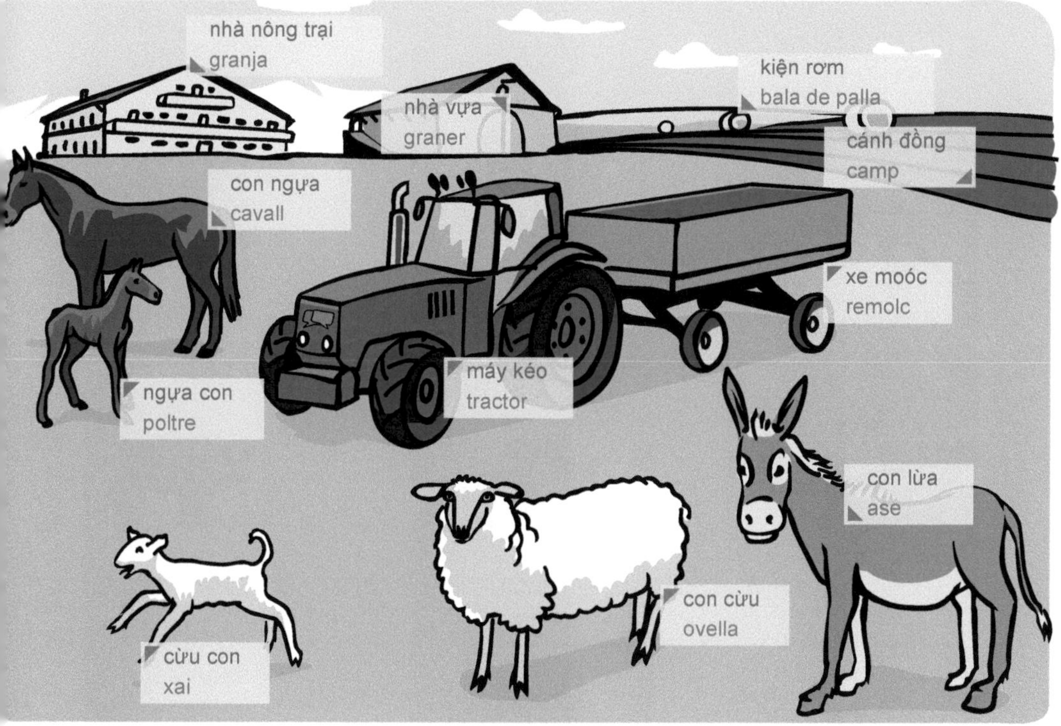

nhà nông trại
granja
nhà vựa
graner
kiện rơm
bala de palla
cánh đồng
camp
con ngựa
cavall
xe moóc
remolc
máy kéo
tractor
ngựa con
poltre
con lừa
ase
con cừu
ovella
cừu con
xai

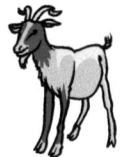

con dê

cabra

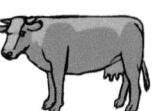

con bò

vaca

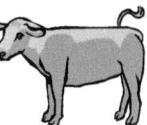

con bê

vedella

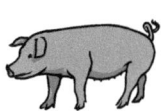

con lợn

porc

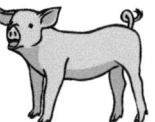

lợn con

garrí

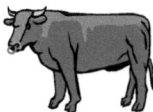

bò đực

bou

con ngỗng

oca

con vịt

ànec

gà con

poll

gà mái

gall

gà trống

gallina

con chuột

rata

mèo

gat

chuột nhắt

ratolí

bò đực

bou

con chó

gos

nhà chuồng chó

gossera

ống tưới vườn cây

mànega de regar

thùng tưới cây

regadora

lưỡi hái

dalla

cái cày

arada

cái liềm

falç

cái cuốc

aixada

cái chĩa

forca

cái rìu

destral

xe cút kít

carretó

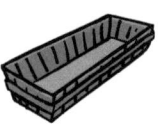

máng ăn

abeurador

lọ sữa

lletera

bao tải

sac

hàng rào

tanca

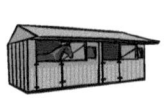

chuồng

establa

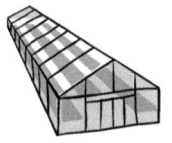

nhà kính trồng cây

hivernacle

đất trồng

sòl

hạt giống

llavor

phân bón

adob

máy gặt đập liên hợp

collidora

thu hoạch
collir

mùa thu hoạch
collita

khoai lang
nyam

lúa mì
blat

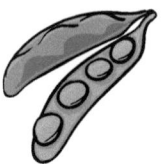

đậu nành
soja

khoai tây
patata

ngô
blat de moro o d'indi

hạt cải dầu
colza

cây ăn trái
arbre fruiter

sắn
mandioca

ngũ cốc
cereals

nhà

casa

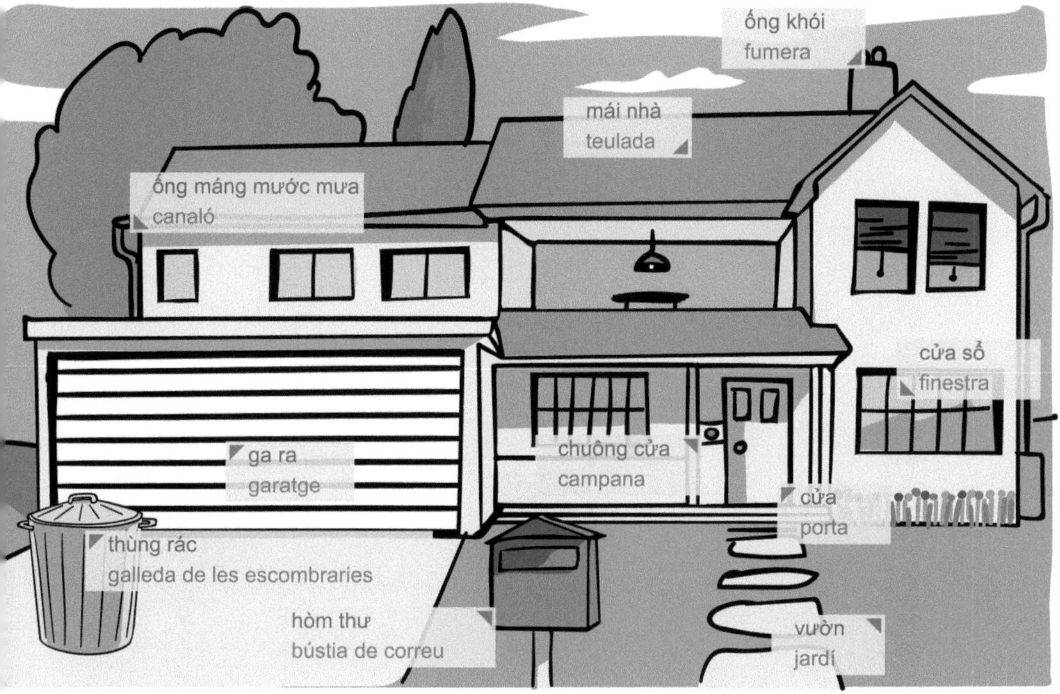

ống khói
fumera
mái nhà
teulada
ống máng mước mưa
canaló
cửa sổ
finestra
ga ra
garatge
chuông cửa
campana
cửa
porta
thùng rác
galleda de les escombraries
hòm thư
bústia de correu
vườn
jardí

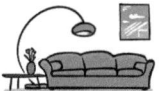

phòng khách

sala d'estar

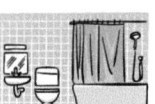

phòng tắm

bany

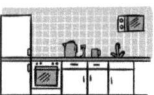

bếp

cuina

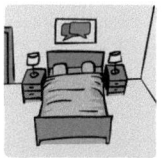

phòng ngủ

cambra de dormir

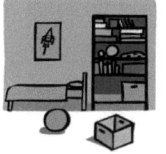

phòng trẻ em

cambra de nen

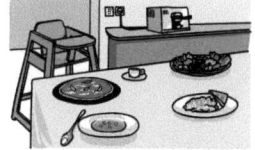

phòng ăn

menjador

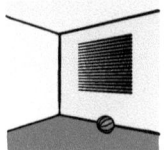

nền nhà
sòl

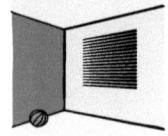

tường
paret

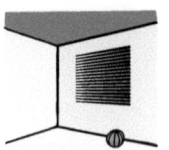

trần nhà
sostre

tầng hầm
soterrani

tấm hơi
sauna

ban công
balcó

sân hiên
terrassa

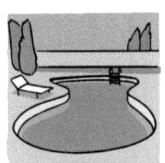

bể bơi
piscina

máy cắt cỏ
tallagespa

khăn trải giường
vànova

khăn trải giường
cobrellit

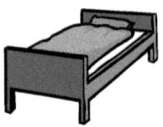

giường
llit

chổi
escombra

cái xô
galleda

công tắc điện
interruptor

phòng khách
sala d'estar

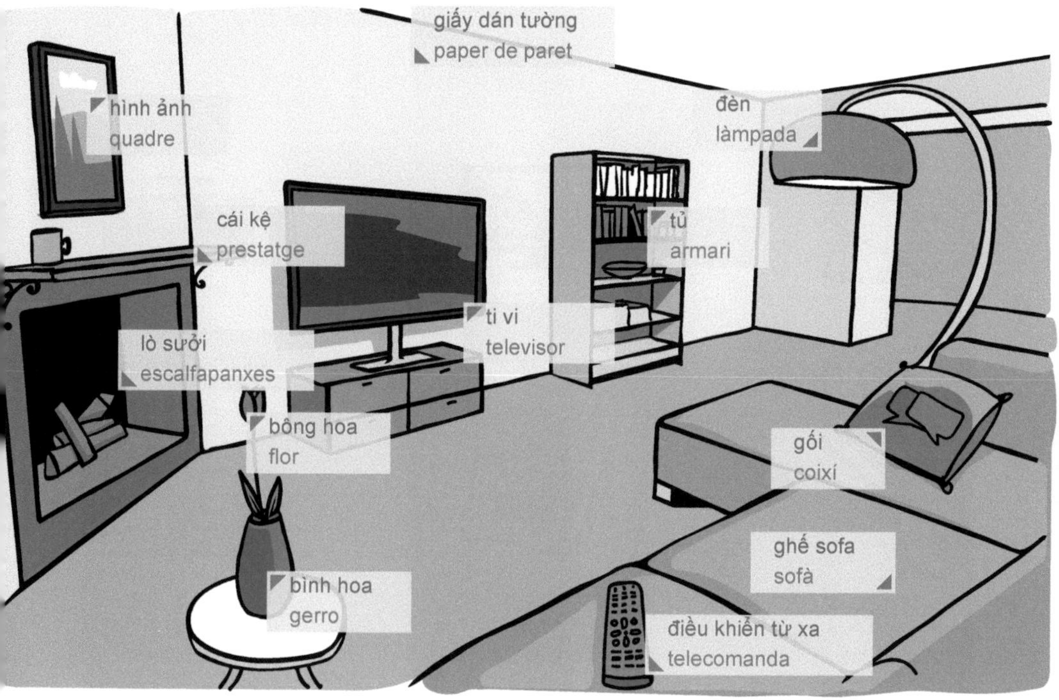

giấy dán tường
paper de paret
hình ảnh
quadre
đèn
làmpada
cái kệ
prestatge
tủ
armari
ti vi
televisor
lò sưởi
escalfapanxes
bông hoa
flor
gối
coixí
ghế sofa
sofà
bình hoa
gerro
điều khiển từ xa
telecomanda

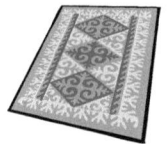

thảm

catifa

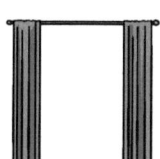

rèm

cortina

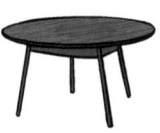

cái bàn

taula

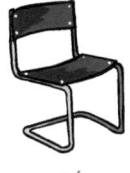

ghế

cadira

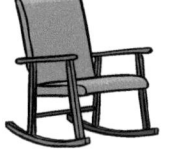

ghế bập bênh

cadira gronxadora

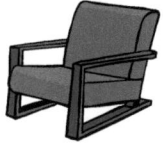

ghế bành

cadiral

sách

llibre

cái chăn

llençol

đồ trang trí

decoració

củi

llenya

phim

film

máy hi-fi

cadena de música

chìa khóa

clau

báo

diari

bức tranh

pintura

áp phích

cartell

radio

ràdio

sổ ghi chép

bloc de notes

máy hút bụi

aspiradora

cây xương rồng

cactus

cây nến

candela

bếp
cuina

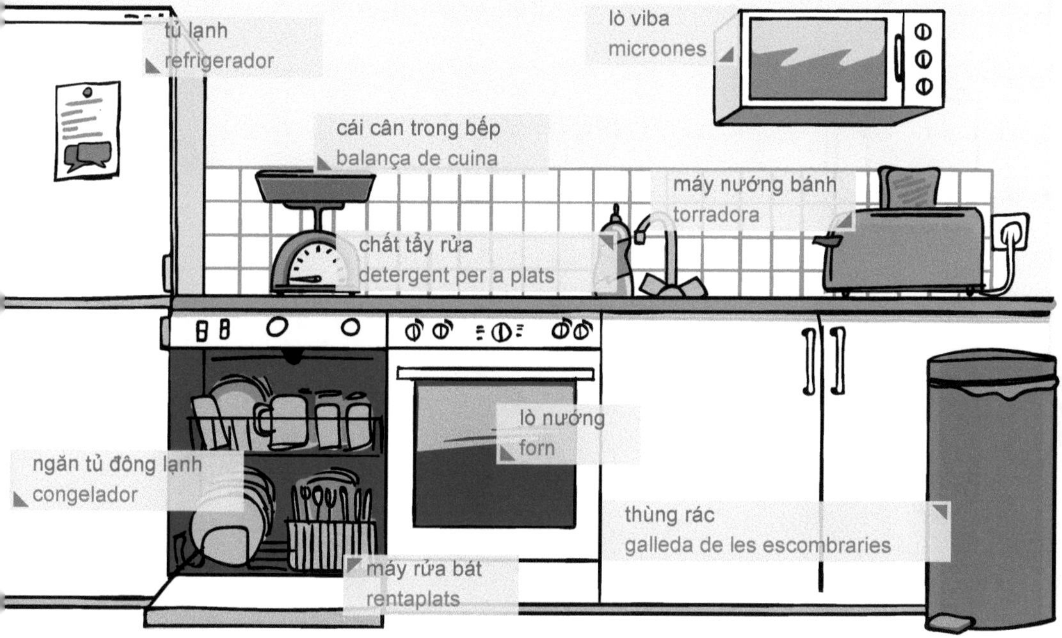

tủ lạnh
refrigerador
lò viba
microones
cái cân trong bếp
balança de cuina
máy nướng bánh
torradora
chất tẩy rửa
detergent per a plats
lò nướng
forn
ngăn tủ đông lạnh
congelador
thùng rác
galleda de les escombraries
máy rửa bát
rentaplats

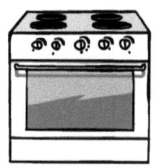

lò nấu
cuina de fogons

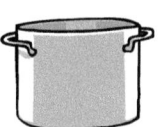

nồi
olla

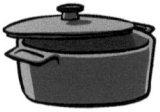

nồi sắt
olla de ferro colat

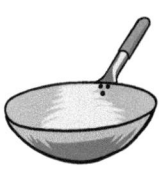

chảo
wok / karahi

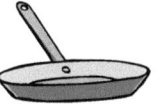

chảo
paella

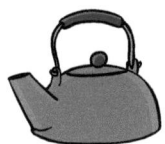

ấm đun nước
bullidor

nồi đun hơi

olla de vapor

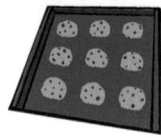

khay lò nướng

plata de forn

bát đĩa

vaixella

cốc

tassa grossa

cái bát

bol

đũa

bastonets xinesos

cái vá

culler

bàn xẻng

espàtula

que đánh kem

batedor

rây dùng trong bếp

colador

cái rây lọc

sedàs

cái nạo

ratllador

vữa

morter

vỉ nướng

barbacoa

ngọn lửa trần

foc a terra

cái thớt

taula de tallar

trục cán bột

corró

cái mở nút chai

llevataps

vỏ đồ hộp

pot de conserva

cái mở vỏ đồ hộp

obridor

miếng nhấc nồi

agafador

bồn rửa bát

aigüera

bàn chải

raspall

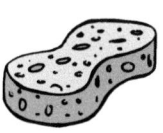

miếng xốp

esponja

máy xay

batedora

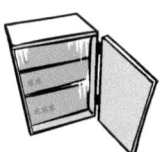

tủ đông lạnh

congelador

bình sữa cho trẻ sơ sinh

biberó

vòi nước

aixeta

phòng tắm

bany

lò sưởi
calefacció
khăn lau
tovallola
vòi hoa sen
dutxa
rèm che ngăn tắm
cortina de dutxa
tắm bọt
bany de bombolles
bồn tắm
banyera
cốc thủy tinh
got
máy giặt
rentadora
vòi nước
aixeta
gạch lát
rajoles
cái bô
orinal
bồn rửa bát
aigüera

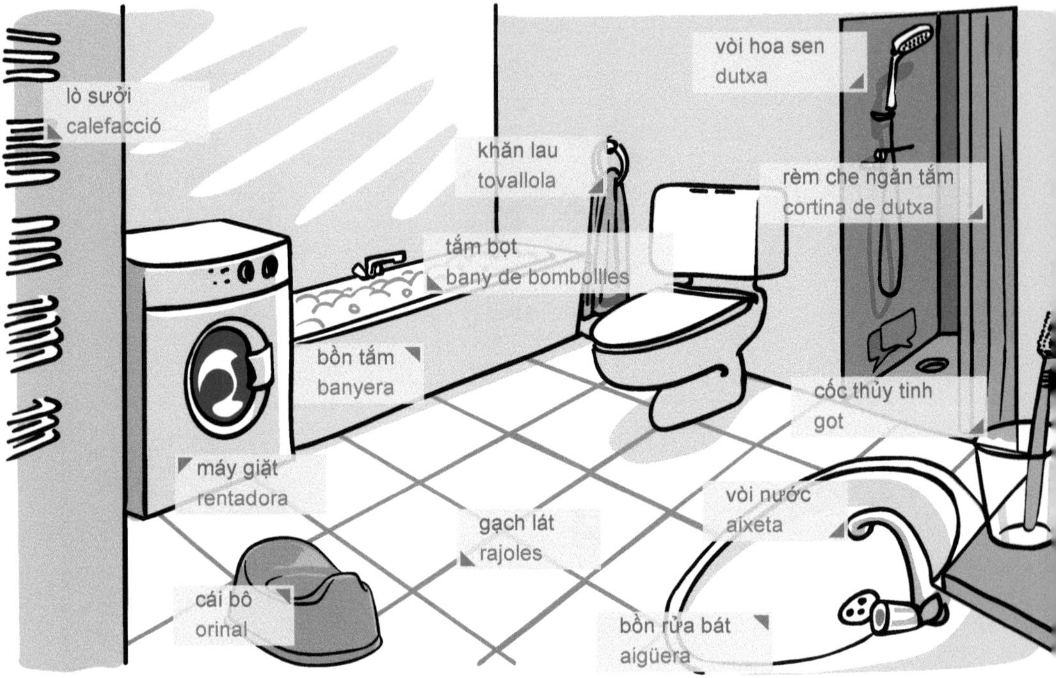

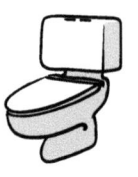

bồn cầu

lavabo

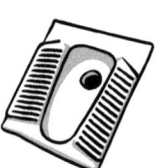

bồn cầu ngồi xổm

lavabo turc

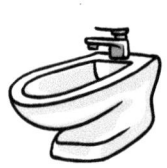

bồn rửa hậu môn

bidet

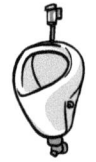

bồn tiểu tiện

orinador

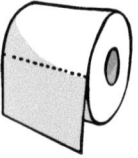

giấy vệ sinh

paper higiènic

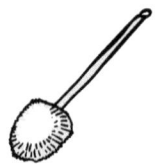

bàn chải cọ bồn cầu

escombreta de sanitari

bàn chải đánh răng

raspall de dents

kem đánh răng

pasta de dents

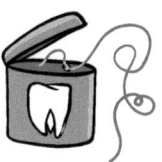

chỉ nha khoa

fil dental

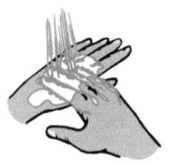

rửa

rentar

vòi sen cầm tay

pom de dutxa

vòi rửa hậu môn

dutxa íntima

bồn rửa

rentamans

bàn chải cọ lưng

raspall per a l'esquena

xà phòng

sabó

sữa tắm

gel de dutxa

dầu gội

xampú

khăn cọ để tắm

manyopla de bany

lỗ thoát nước

bonera

kem

crema

chất khử mùi

desodorant

gương

mirall

gương tay

mirall–espill de mà

dao cạo râu

maquineta de rasar

kem cạo râu

espuma de barbejar

nước thơm dùng sau khi cạo râu

loció post-rasada

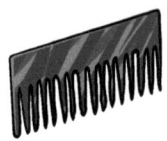

cái lược

pinta

bàn chải

raspall

máy xấy tóc

eixugador

keo xịt tóc

laca

đồ trang điểm

maquillatge

thỏi son môi

pintallavis

sơn bôi móng

esmalt d'ungles

bông

cotó

kéo cắt móng

tallaungles

nước hoa

perfum

túi đựng đồ tắm
estoig de bellesa

ghế đẩu
tamboret

cái cân
bàscula

áo choàng tắm
barnús

găng tay làm vệ sinh
guants de goma

nút gạc
compresa higiènica

băng vệ sinh
compresa

nhà vệ sinh hóa chất
sanitari químic

phòng trẻ em

cambra de nen

đồng hồ báo thức
despertador
thú bông
animal de peluix
xe đồ chơi
auto de joguina
cái lúc lắc
sonall
nhà búp bê
casa de nines
món quà
present

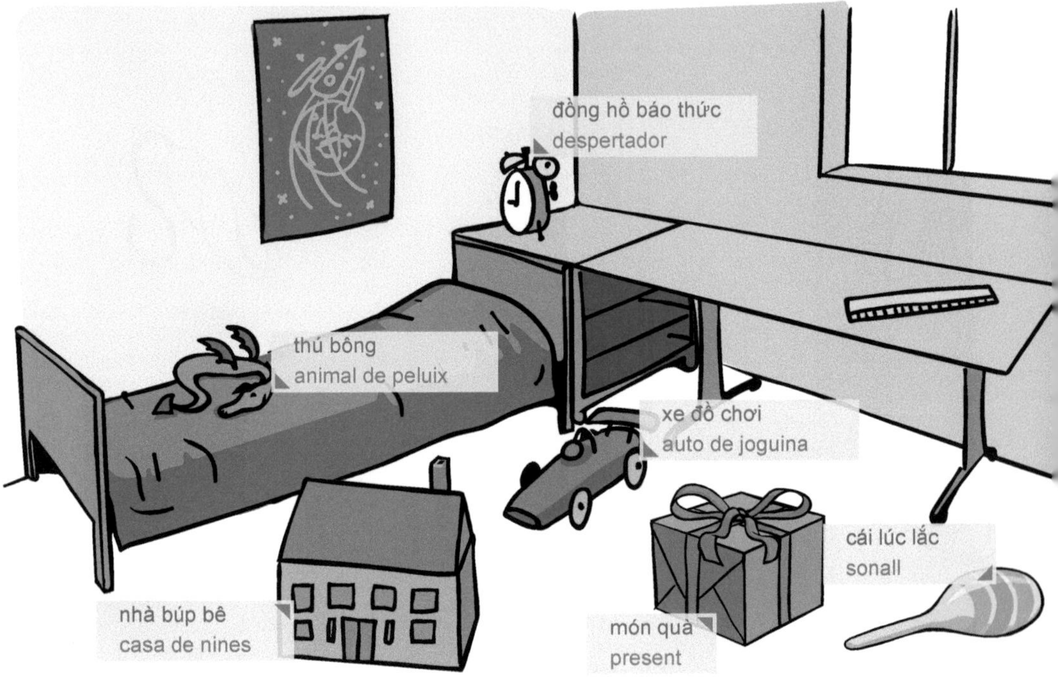

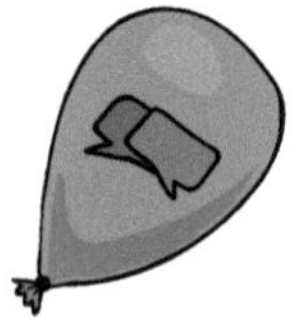

bong bóng

baló

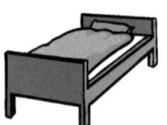

giường

llit

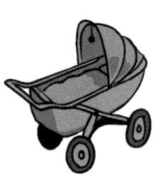

xe nôi

cotxet per a nens

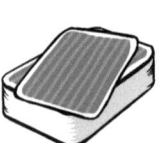

trò chơi bài

joc de cartes

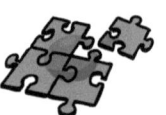

trò chơi ghép hình

trencaclosca

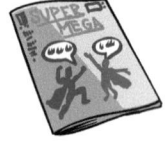

truyện tranh

historieta

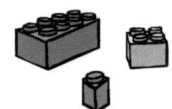

gạch Lego

peces de lego

khối xếp hình

peces de construcció

nhân vật hành động

ninot d'acció

áo liền quần cho trẻ sơ sinh

granota

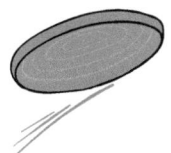

đĩa nhựa để ném

frisbee

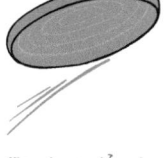

đồ chơi treo trên giường

mòbil per a bressol

trò chơi cờ bàn

joc de taula

xúc xắc

daus

đồ chơi xe lửa mô hình

tren elèctric

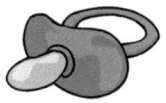

ti giả

xumet

buổi tiệc

festa

sách tranh

llibre de dibuixos

quả bóng

pilota

búp bê

nina

chơi

jugar

hố cát

sorrera

cái đu

gronxador

đồ chơi

joguines

máy chơi game cầm tay

consola de jocs de vídeo

xe ba bánh

tricicle

gấu bông

osset de peluix

tủ quần áo

armari

y phục

roba

bít tất

mitjons

bít tất dài

mitges

quần tất

mitja pantaló

khăn choàng cổ
tapacoll

ô che mưa
paraigua

áp phông
camiseta

dây thắt lưng
cintura

ủng
botes

dép đi trong nhà
plantofes

giày sneaker
sabates d'esport

dép xăng đan
sandàlies

giày
sabates

ủng cao su
botes de goma

quần lót
calçonets

áo ngực
sostenidor

áo vest
guardapits

y phục - roba

áo ôm sát cơ thể

jjustacòs

quần dài

pantalons

quần bò

jeans

váy

faldeta

áo cánh

brusa

áo sơ mi

camisa

áo len chui đầu

jersei

áo len

dessuadora

áo blazer

blazer

áo jacket

jaqueta

áo khoác

mantell

áo mưa

impermeable

trang phục

vestit de dona

áo váy

vestit de dona

áo cưới

vestit de núvia

bộ com lê
vestit d'home

áo ngủ
camisa de dormir

pijama
pijama

trang phục sari
sari

khăn trùm đầu
mocador de cap

khăn đội đầu
turbant

áo burka
burca

áo captan
caftan

áo aba
abaia

quần áo bơi
vestit de bany

quần bơi
calçon(et)s de bany

quần đùi
pantalons curts

quần áo tracksuit
xandall

tạp dề
davantal

găng tay
guants

cái cúc

botó

kính mắt

ulleres

vòng đeo tay

braçalet

vòng cổ

collaret

nhẫn

anell

hoa tai

orellera

mũ lưỡi trai

casquet

cái mắc treo áo quần

penjador

mũ

capell

cà vạt

corbata

dây kéo phéc mơ tuya

cremallera

mũ bảo hiểm

casc

dây đeo quần

elàstics

đồng phục học sinh

uniforme escolar

đồng phục

uniforme

yếm trẻ em
pitet

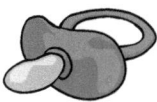

ti giả
xumet

tã lót
bolquer

văn phòng
oficina

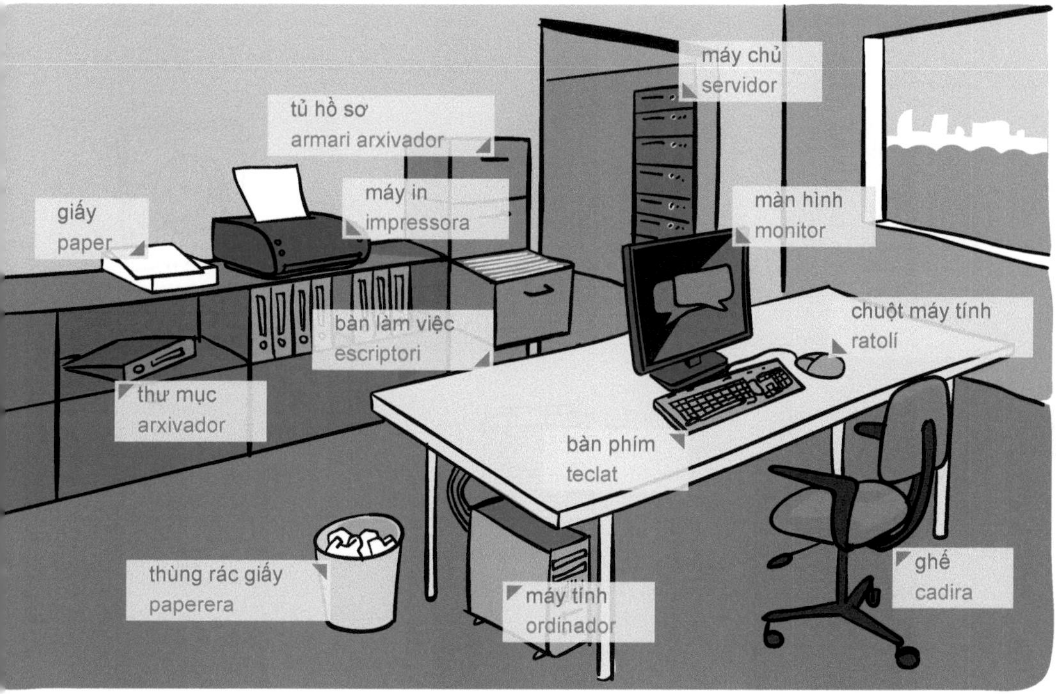

máy chủ
servidor

tủ hồ sơ
armari arxivador

máy in
impressora

màn hình
monitor

giấy
paper

chuột máy tính
ratolí

bàn làm việc
escriptori

thư mục
arxivador

bàn phím
teclat

thùng rác giấy
paperera

ghế
cadira

máy tính
ordinador

cốc cà phê
tassa de cafè

máy tính bỏ túi
calculadora

internet
Internet

laptop

ordinador portàtil

thư

lletra

tin nhắn

missatge

điện thoại di động

mòbil

mạng

xarxa

máy photocopy

fotocopiadora

phần mềm

programari

điện thoại

telèfon

ổ cắm điện

presa de corrent

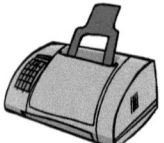

máy fax

fax

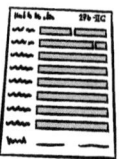

mẫu đơn

formulari

chứng từ

document

mua
....
comprar

trả tiền
....
pagar

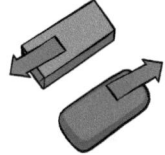

buôn bán
....
comerciar

tiền
....
diners

đô la
....
dòlar

Euro
....
euro

yên
....
ien

rúp
....
ruble

franc Thụy Sĩ
....
franc suís

nhân dân tệ
....
renminbi

rupi
....
rupia

máy rút tiền tự động
....
caixa automàtica

quầy đổi tiền

oficina de canvi

vàng

or

bạc

argent

dầu

petroli

năng lượng

energia

giá tiền

preu

hợp đồng

contracte

thuế

impost

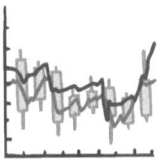

cổ phiếu

acció

làm việc

treballar

nhân viên

treballador

chủ lao động

empresari

nhà máy

fàbrica

cửa hiệu

botiga

nghề nghiệp
oficis

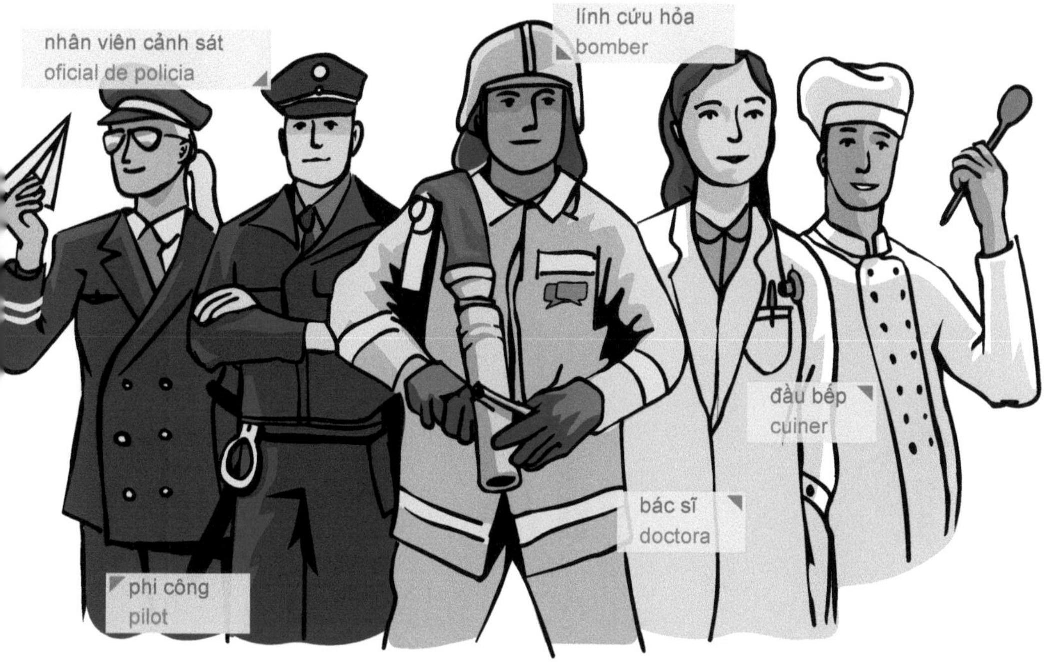

nhân viên cảnh sát
oficial de policia
lính cứu hỏa
bomber
đầu bếp
cuiner
bác sĩ
doctora
phi công
pilot

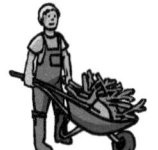

người làm vườn

jardiner

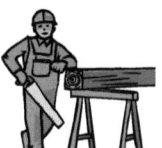

thợ mộc

fuster

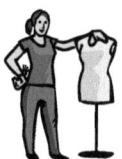

thợ may

costurera

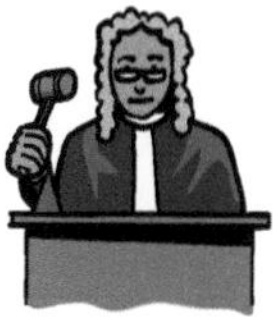

chánh án

jutge

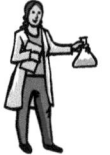

nhà hóa học

química

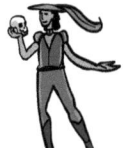

diễn viên

actor

tài xế xe buýt

conductor d'autobús

người lái taxi

taxista

ngư dân

pescador

người lau dọn vệ sinh

dona de la neteja

thợ lợp mái nhà

ensostrador

bồi bàn

cambrer

thợ săn

caçador

họa sĩ

pintor

thợ làm bánh

forner

thợ điện

electricista

thợ xây dựng

obrer de la construcció

kỹ sư

enginyer

người hàng thịt

carnisser

thợ sửa ống nước

llanterner

người đưa thư

correu

người lính

soldat

kiến trúc sư

arquitecte

nhân viên thu ngân

caixera

người bán hoa

florista

thợ cắt tóc

perruquer

nhân viên soát vé

revisor

thợ cơ khí

mecànic

thuyền trưởng

capità

nha sĩ

dentista

nhà khoa học

científic

giáo sĩ Do thái

rabí

lãnh tụ Hồi giáo

imam

nhà sư

monjo

mục sư

capellà

dụng cụ

eines

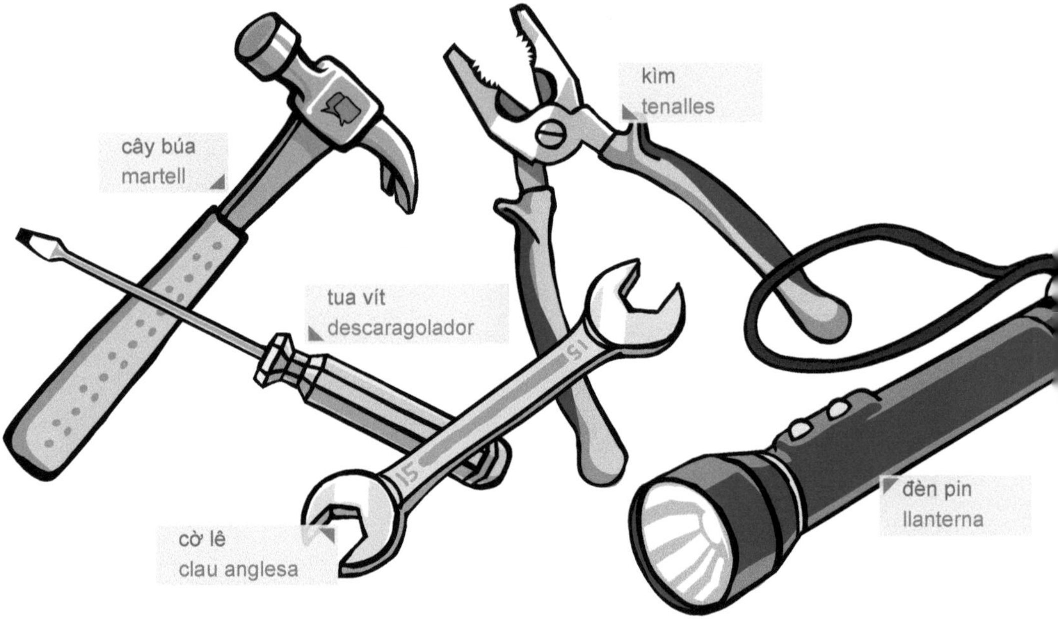

cây búa
martell
kìm
tenalles
tua vít
descaragolador
cờ lê
clau anglesa
đèn pin
llanterna

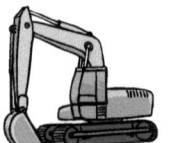

máy xúc đất

excavadora

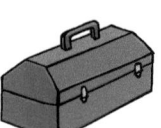

hộp dụng cụ

caixa d'eines

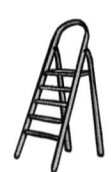

cái thang

escala

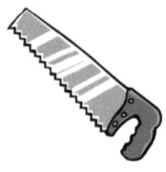

cưa

serra

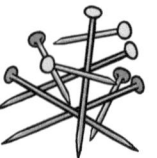

đinh

claus

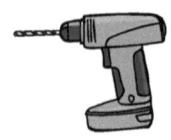

máy khoan

trepant

sửa chữa

reparar

cái xẻng

pala

khốn nạn!

Maleït siga!

cái hót rác

pala

thùng sơn

pot de pintura

vít

caragols

nhạc cụ
instrument de música

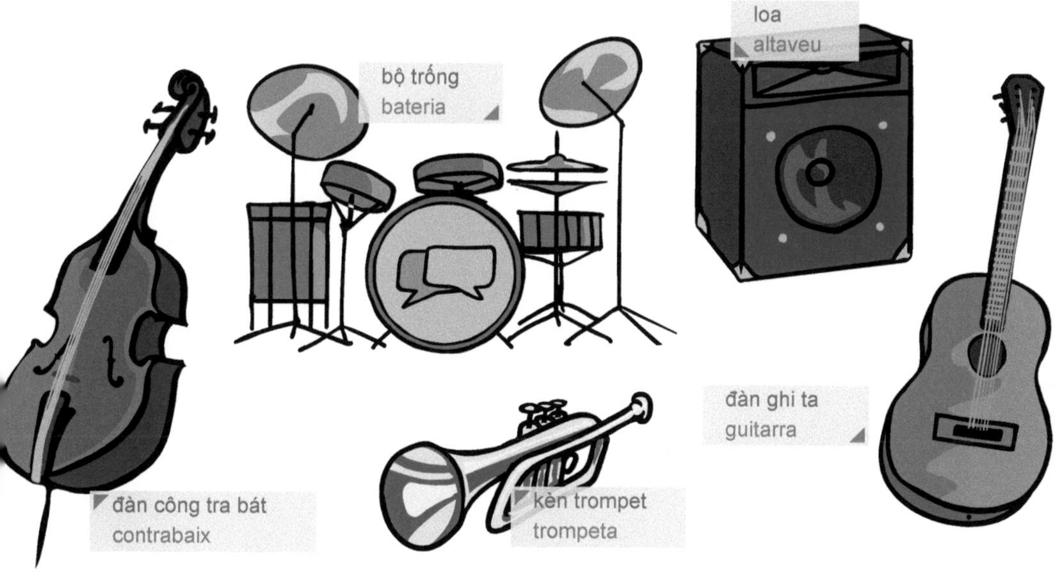

loa
altaveu

bộ trống
bateria

đàn ghi ta
guitarra

đàn công tra bát
contrabaix

kèn trompet
trompeta

đàn piano

piano

đàn vĩ cầm

violí

ghi ta bass

baix

trống định âm

timbal

trống

tambor

đàn organ

teclat

kèn Saxophone

saxofon

sáo

flauta

micro

micròfon

nhạc cụ - instrument de música

vườn bách thú

ZOO

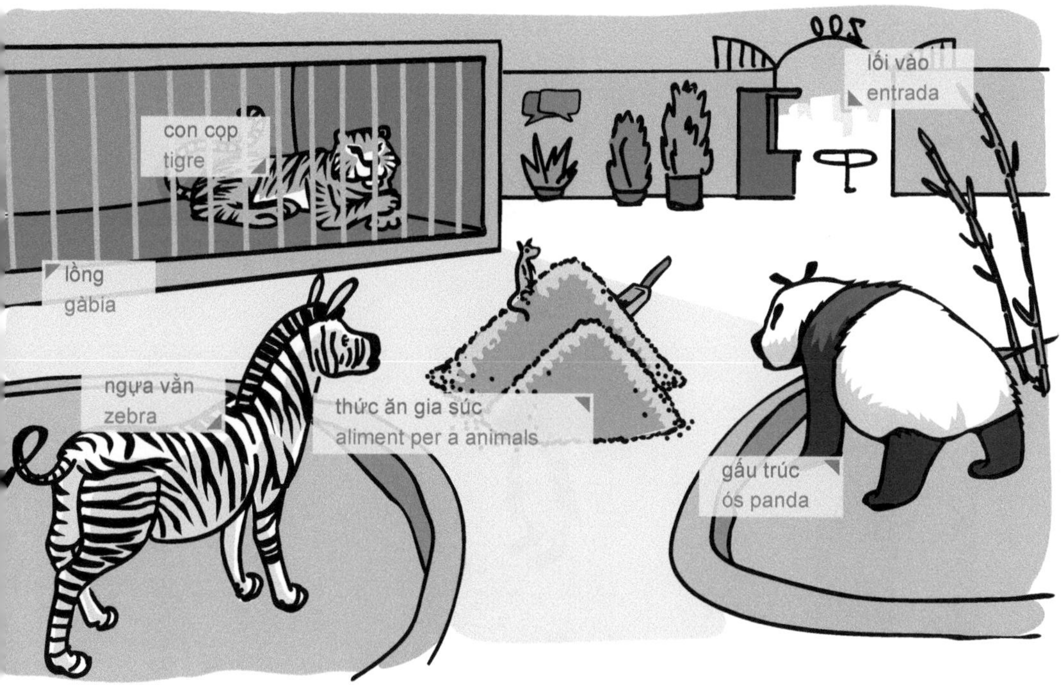
lối vào
entrada
con cọp
tigre
lồng
gàbia
ngựa vằn
zebra
thức ăn gia súc
aliment per a animals
gấu trúc
ós panda

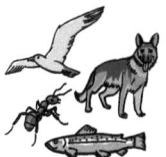

động vật

animals

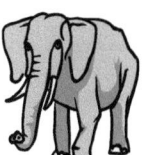

con voi

elefant

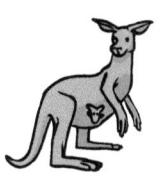

chuột túi

cangurú

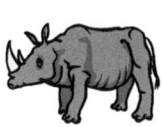

tê giác

rinoceront

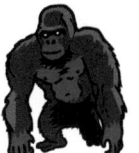

khỉ đột

goril·la

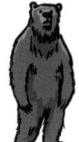

con gấu

ós

lạc đà
camell

đà điểu
estruç

sư tử
lleó

con khỉ
simi

hồng hạc
flamenc

con vẹt
papagai

gấu bắc cực
ós polar

chim cánh cụt
pingüí

cá mập
ca mari

con công
paó

con rắn
serp

cá sấu
cocodril

người trông giữ vườn bách
thú
guardià del zoo

hải cẩu
foca

báo đốm
jaguar

vườn bách thú - zoo

ngựa lùn

poni

con báo

lleopard

hà mã

hipopòtam

hươu cao cổ

girafa

đại bàng

àliga

heo rừng

senglar

cá

peix

con rùa

tortuga

hải mã

morsa

con cáo

guineu

linh dương

gasela

bóng bầu dục Mỹ
futbol americà

đua xe đạp
ciclisme

quần vợt
tenis

bóng rổ
bàsquet

bơi
natació

đấm bốc
boxa

khúc côn cầu trên băng
hoquei sobre gel

bóng đá
futbol americà

cầu lông
bàdminton

điền kinh
atletisme

bóng ném
handbol

trượt tuyết
esquí

polo
polo

nhảy
saltar

ôm
abraçar

cười
riure

đi bộ
anar

ca hát
cantar

mơ
somiar

cầu nguyện
pregar

hôn
fer un petó

viết
escriure

vẽ
dibuixar

chỉ trỏ
mostrar

đẩy
pitjar

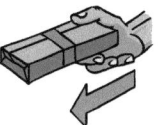

cho
donar

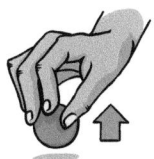

lấy đi
prendre

có
....
tenir

làm
....
fer

thì / là
....
ésser

đứng
....
estar dret

chạy
....
córrer

kéo
....
estirar

ném
....
llançar

rơi
....
caure

nằm
....
jeure

chờ đợi
....
esperar

mang vác
....
portar

ngồi
....
asseure's

mặc quần áo
....
vestir-se

ngủ
....
dormir

thức dậy
....
despertar-se

xem
mirar

khóc
plorar

vuốt ve
amoixar

chải
pentinar

nói chuyện
parlar

hiểu
comprendre

câu hỏi
demanar

nghe
escoltar

uống
beure

ăn
menjar

dọn dẹp
endreçar

yêu
estimar

nấu nướng
cuinar

lái xe
conduir

bay
volar

các hoạt động - activitats

65

đi thuyền buồm

navegar

tính toán

calcular

đọc

llegir

học

aprendre

làm việc

treballar

cưới

casar-se

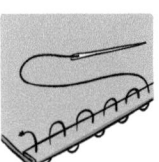

khâu vá

cosir

đánh răng

raspallar-se les dents

giết

matar

hút thuốc

fumar

gửi đi

enviar

bà nội (ngoại)
via

ông nội (ngoại)
avi

cha
pare

mẹ
mare

trẻ con
nadó

con gái
filla

con trai
fill

khách

convidat

cô (dì)

tia

chú, bác (cậu)

oncle

anh (em) trai

germà

chị (em) gái

germana

cơ thể

cos

trán
front
mắt
ull
mặt
cara
cằm
barbeta
ngực
pit
ngón tay
dit
bàn tay
mà
cánh tay
braç
vai
espatlla
chân
cama

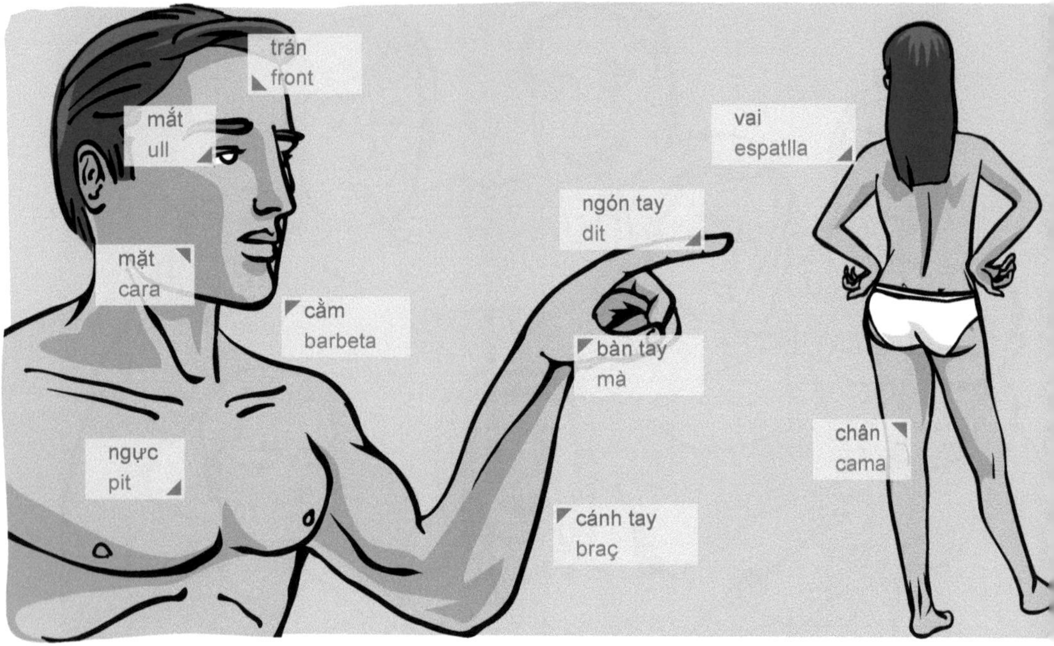

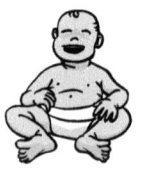

trẻ con

nadó

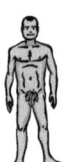

đàn ông

home

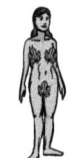

phụ nữ

dona

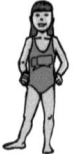

bé gái

noia

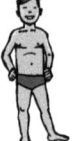

bé trai

noi

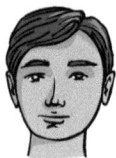

đầu

cap

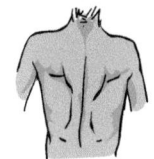

lưng

esquena

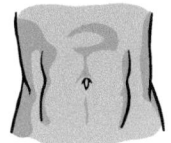

bụng

panxa

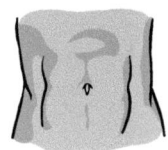

rốn

melic

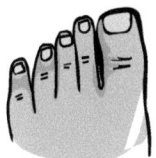

ngón chân

dit gros del peu

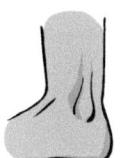

gót chân

taló

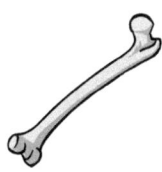

xương

os

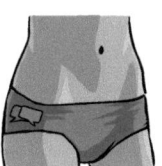

hông

maluc

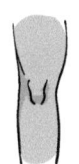

đầu gối

genoll

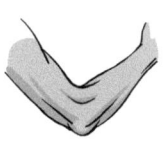

khuỷu tay

colze

mũi

nas

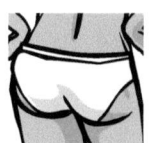

mông

cul

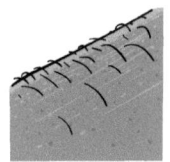

da

pell

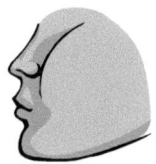

má

galta

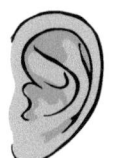

tai

orella

môi

llavi

miệng
boca

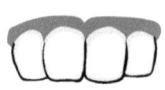

răng
dent

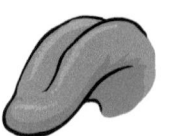

lưỡi
llengua

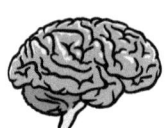

não
cervell

tim
cor

cơ bắp
múscul

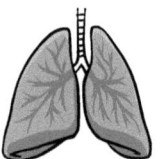

phổi
pulmó

gan
fetge

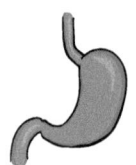

dạ dày
estómac

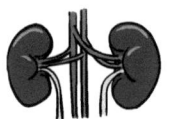

thận
ronyó

giao hợp
relació sexual

bao cao su
preservatiu

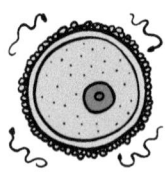

noãn
ovari

tinh dịch
semen

mang thai
prenyat

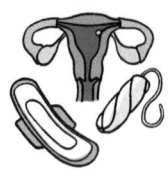

kinh nguyệt

menstruació

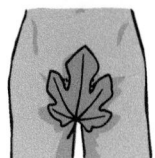

âm vật

vagina

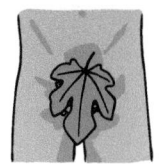

dương vật

penis

lông mày

cella

tóc

cabells

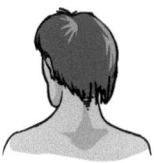

cổ

coll

bệnh viện
hospital

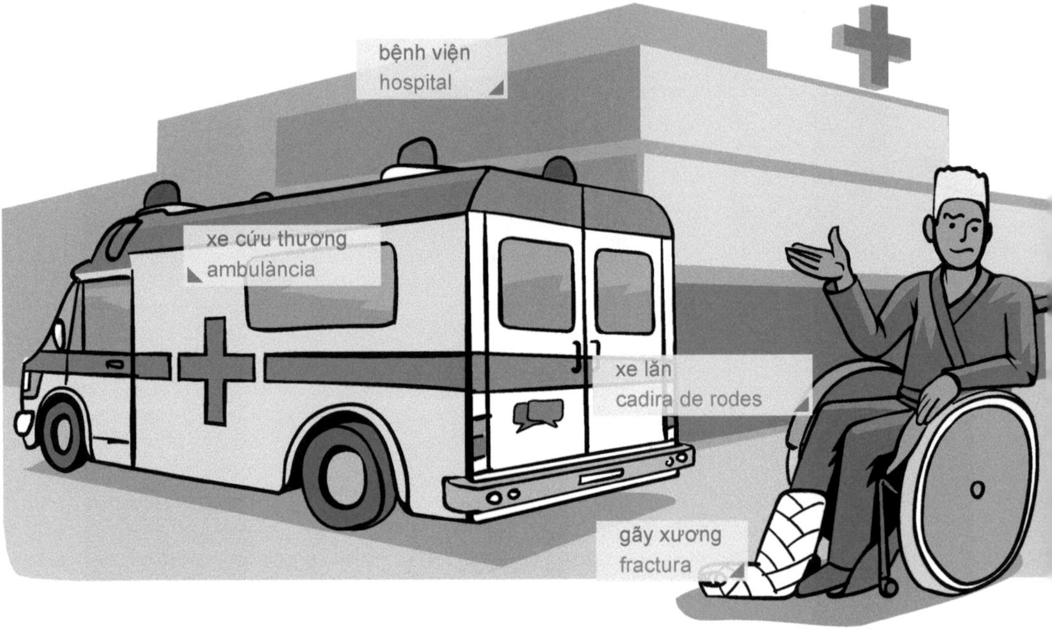

bệnh viện
hospital
xe cứu thương
ambulància
xe lăn
cadira de rodes
gãy xương
fractura

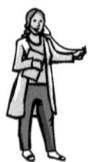

bác sĩ

doctora

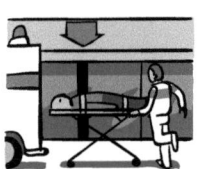

phòng cấp cứu

sala d'urgències

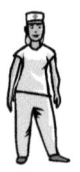

y tá

infermera

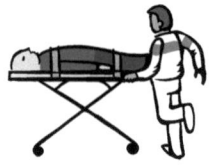

cấp cứu

urgència

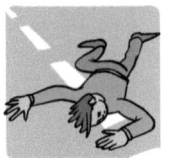

bất tỉnh

inconscient

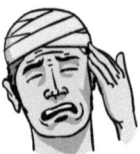

cơn đau

dolor

bị thương

ferida

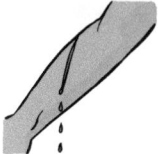

chảy máu

sagnament

nhồi máu cơ tim

atac de cor

đột quỵ

apoplexia

dị ứng

al·lèrgia

ho

tos

sốt

febre

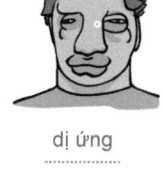

cúm

gripa

tiêu chảy

diarrea

đau đầu

mal de cap

ung thư

càncer

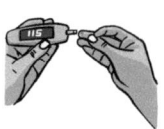

bệnh tiểu đường

diabetis

bác sĩ phẫu thuật

cirurgià

dao mổ

escalpel

giải phẫu

operació

chụp cắt lớp

tomografia computada (TC), TAC

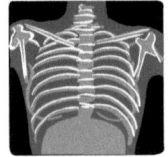

chụp x-quang

raigs x

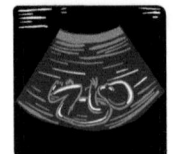

siêu âm

ultrasò

mặt nạ

mascareta

bệnh

malaltia

phòng đợi

sala d'espera

cái nạng

crossa

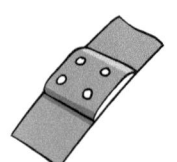

băng dán vết thương

tireta

băng bó

embenat

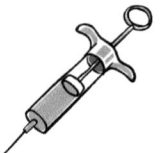

tiêm thuốc

injecció

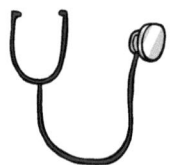

ống nghe khám bệnh

estetoscopi

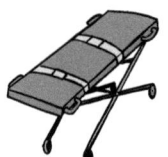

băng ca

llitera

nhiệt kế

termòmetre clínic

sinh đẻ

pariment

thừa cân

sobrepès

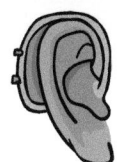

máy trợ thính

aparell auditiu

chất khử trùng

desinfectant

nhiễm trùng

infecció

vi rút

virus

HIV / AIDS

VIH / SIDA

thuốc

medicina

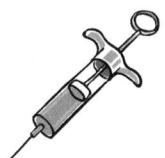

tiêm chủng

vaccí

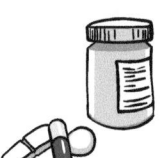

thuốc viên

comprimits

viên thuốc

píl·lola

gọi cấp cứu

trucada d'urgència

máy đo huyết áp

tensiòmetre

bệnh / khỏe mạnh

malalt / sà

cứu!

Socors!

báo động

alarma

cuộc đột kích

assalt

sự tấn công

atac

mối nguy hiểm

perill

lối thoát hiểm

sortida-eixida d'urgència

cháy!

Foc!

bình chữa cháy

extintor

tai nạn

accident

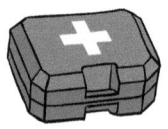

bộ dụng cụ sơ cứu

farmaciola de primers auxilis

SOS

SOS

cảnh sát

policia

châu Âu

Europa

Bắc Mỹ

Amèrica del Nord

Nam Mỹ

Amèrica del Sud

châu Phi

Àfrica

châu Á

Àsia

châu Úc

Austràlia

Đại Tây Dương

Atlàntic

Thái Bình Dương

Pacífic

Ấn Độ Dương

Oceà Índic

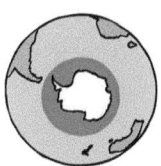

Nam Cực Dương

Oceà Antàrtic

Bắc Băng Dương

Oceà Àrtic

bắc cực

pol nord

nam cực
....
pol sud

nam cực
....
Antàrtida

trái đất
....
terra

đất liền
....
país

biển
....
mar

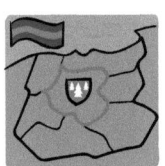

đảo
....
illa

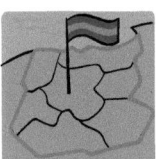

quốc gia
....
nació

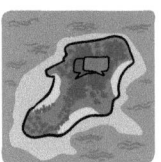

nhà nước
....
estat

mặt đồng hồ

quadrant

kim chỉ giờ

agulla de les hores

kim chỉ phút

agulla dels minuts

kim chỉ giây

agulla dels segons

Bây giờ là mấy giờ?

Quina hora és?

ngày

dia

thời gian

temps

bây giờ

ara

đồng hồ điện tử

rellotge digital

phút

minut

giờ

hora

tuần lễ

setmana

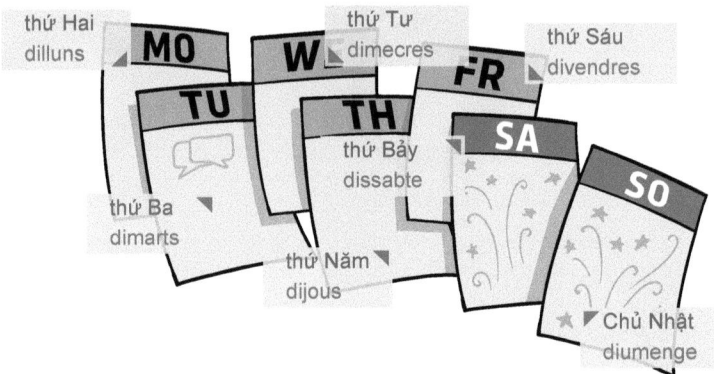

thứ Hai — dilluns
thứ Tư — dimecres
thứ Sáu — divendres
thứ Ba — dimarts
thứ Bảy — dissabte
thứ Năm — dijous
Chủ Nhật — diumenge

hôm qua
ahir

hôm nay
avui

ngày mai
demà

buổi sáng
matí

buổi trưa
migdia

buổi tối
tarda

ngày làm việc
dia feiner

cuối tuần
cap de setmana

năm
any

cầu vồng
arc de Sant Martí
mưa
pluja
tuyết
neu
gió
vent
mùa xuân
primavera
mùa thu
tardor
mùa hè
estiu
mùa đông
hivern

4.APRIL 11°
5.APRIL 4°
6.APRIL 13°
7.APRIL 8°
8.APRIL 10°

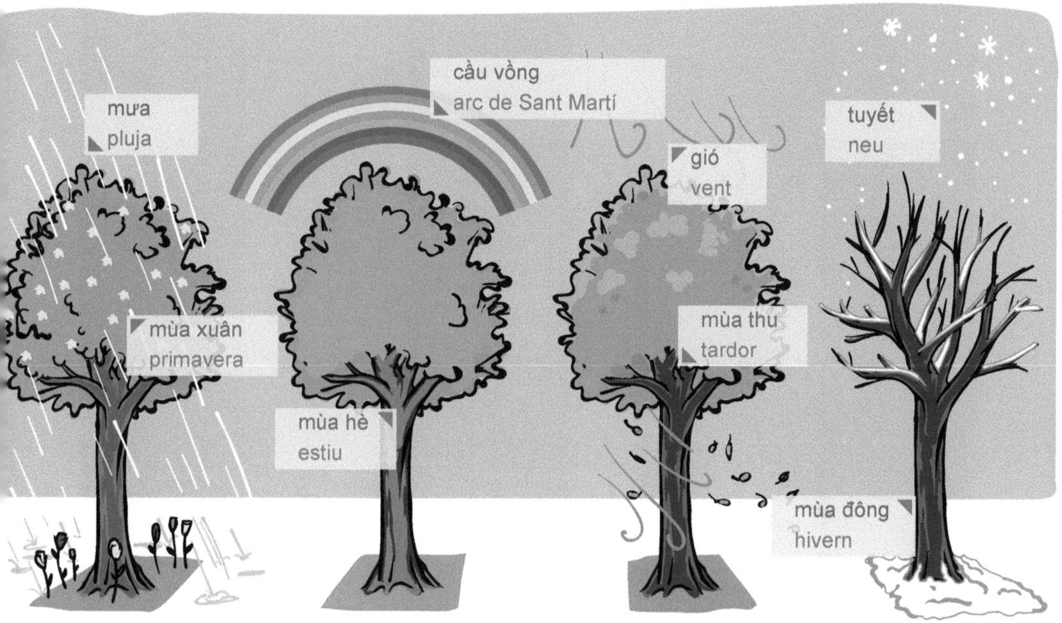

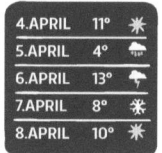

dự báo thời tiết

pronòstic del temps

F C
120 90 60 30 0 -30
40 30 20 10 0 -10 -20

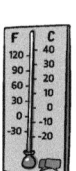

nhiệt kế

termòmetre

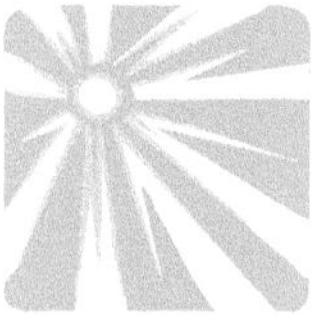

ánh nắng

llum del sol

mây

núvol

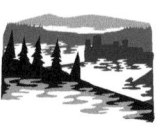

sương mù

boira

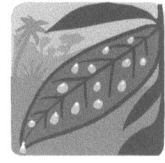

độ ẩm không khí

humiditat de l'aire

tia chớp

llamp

sấm sét

tro

cơn bão

tempesta

mưa đá

calamarsa

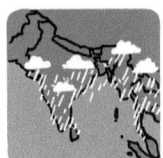

gió mùa

monsó

lũ lụt

inundació

nước đá

gel

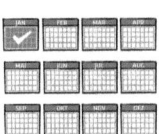

tháng Một

gener

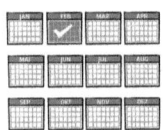

tháng Hai

febrer

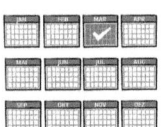

tháng Ba

març

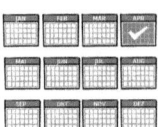

tháng Tư

abril

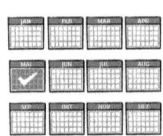

tháng Năm

maig

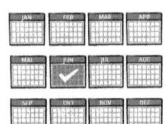

tháng Sáu

juny

tháng Bảy

juliol

tháng Tám

agost

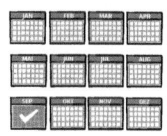

tháng Chín

setembre

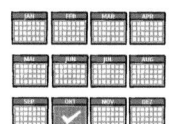

tháng Mười

octubre

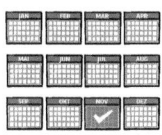

tháng Mười Một

novembre

tháng Mười Hai

desembre

hình dạng
formes

hình tròn

cercle

hình vuông

quadrat

hình chữ nhật

rectangle

hình tam giác

triangle

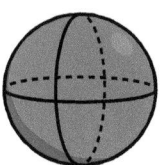

hình cầu

esfera

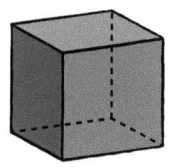

khối vuông

cub

màu trắng

blanc

màu vàng

groc

màu cam

taronja

màu hồng

rosa

màu đỏ

vermell

màu tím

lila

màu xanh dương

blau

màu xanh lá cây

verd

màu nâu

marró

màu xám

gris

màu đen

negre

nhiều / ít

molt / poc

tức tối / điềm tĩnh

emprenyat / tranquil

xinh đẹp / xấu xí

bonic / lleig

bắt đầu / kết thúc

començament / fi

to / nhỏ

gran / petit

sáng / tối

clar / fosc

anh (em) trai / chị (em) gái

germà / germana

sạch / bẩn

net / brut

đủ / thiếu

complet / incomplet

ngày / đêm

dia / nit

chết / sống

mort / viu

rộng / chật hẹp

ample / estret

ăn được / không ăn được

comestible / immenjable

ác / tử tế

dolent / amable

hào hứng / chán nản

entusiasmat / entediat

béo / gầy

gros / prim

đầu tiên / cuối cùng

primer / darrer

bạn / thù

amic / enemic

đầy / rỗng

ple / buit

cứng / mềm

dur / tou

nặng / nhẹ

pesant / lleuger

đói / khát

gana / set

bệnh / khỏe mạnh

malalt / sà

bất hợp pháp / hợp pháp

il·legal / legal

thông minh / ngu

intel·ligent / ximple

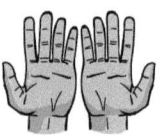

trái / phải

esquerra / dreta

gần / xa

prop / llunyà

mới / cũ

nou / usat

không có gì cả / có cái gì đó

res / quelcom

già / trẻ

vell / jove

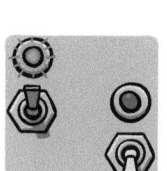

bật / tắc

encès / apagat

mở / đóng

obert / tancat

im lặng / ồn ào

silenciós / sorollós

giàu / nghèo

ric / pobre

đúng / sai

correcte / incorrecte

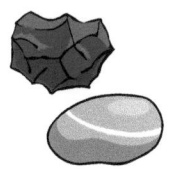

sần sùi / mịn màng

aspre / suau

buồn / vui

trist / content

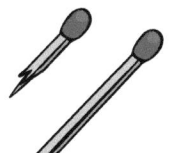

ngắn / dài

curt / llarg

chậm / nhanh

lent / ràpid

ẩm ướt / khô ráo

humit / sec - eixut

ấm áp / mát mẻ

calent / fred

chiến tranh / hòa bình

guerra / pau

0

số không

zero

1

một

u

2

hai

dos

3

ba

tres

4

bốn

quatre

5

năm

cinc

6

sáu

sis

7

bảy

set

8

tám

vuit

9

chín

nou

10

mười

deu

11

mười một

onze

12

mười hai

dotze

13

mười ba

tretze

14

mười bốn

catorze

15

mười lăm

quinze

16

mười sáu

setze

17

mười bảy

disset

18

mười tám

divuit

19

mười chín

dinou

20

hai mươi

vint

100

một trăm

cent

1.000

một ngàn

mil

1.000.000

một triệu

milió

các ngôn ngữ
llengües

tiếng Anh

anglès

tiếng Anh Mỹ

anglès americà

tiếng Quan Thoại

xinès mandarí

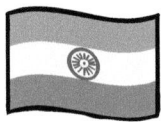

tiếng Hin-di

hindi

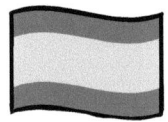

tiếng Tây Ban Nha

espanyol

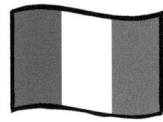

tiếng Pháp

francès

tiếng Ả-rập

àrab

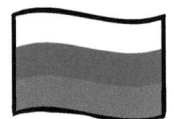

tiếng Nga

rus

tiếng Bồ Đào Nha

portuguès

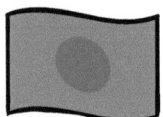

tiếng Bengal

bengalí

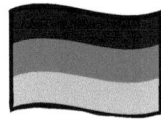

tiếng Đức

alemany

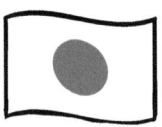

tiếng Nhật

japonès

tôi

jo

bạn

tu

anh ta / cô ta / nó

ell / ella / allò

chúng tôi

nosaltres

các bạn

vosaltres

họ

ells

ai?

qui?

cái gì?

què?

như thế nào?

com?

ở đâu?

on?

lúc nào?

quan?

tên

nom

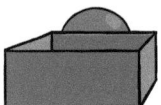

phía sau

darrere

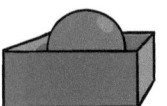

ở trong

en

phía trước

davant de

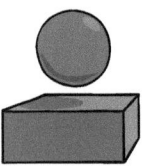

phía trên

damunt

ở trên

sobre

ở dưới

sota

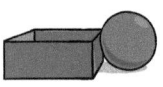

bên cạnh

al costat

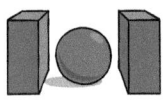

ở giữa

entre

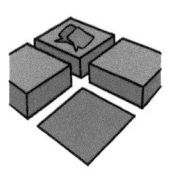

chỗ

lloc